நெருடல்கள்

சக்கம்பட்டி தேவராஜ்

ஏலே பதிப்பகம்

நெருடல்கள் - கவிதை
© சக்கம்பட்டி தேவராஜ் 2022
எழுத்தாளர்: சக்கம்பட்டி தேவராஜ்
முதல் பதிப்பு: பிப்ரவரி 2022

வெளியீடு:
ஏலே பதிப்பகம்
5/175, பாத்திமா நகர்,
கூத்தென்குழி,
திருநெல்வேலி – 627104
தொடர்புக்கு: 9944992571

Nerudalkal - Poetry
All Copy Rights Reserved By © Jakkampatty Devaraj 2022
Author: Jakkampatty Devaraj
First Edition: February 2022

Published By:
Aelay Publish
5/175, Fathima nagar,
Kuthenkuly,
Tirunelveli -627104
Phone: 9944992571

Design And Executed by

ISBN : 978-93-5533-341-4
Page : 78

மதிப்புரை

மொழியின் மீது நீ கொண்ட காதல், தமிழ் வழியில் நீ கண்ட சுகம், "மாடு கொண்டு உழுத நிலத்தில் மண்வாசம் மாறவில்லை" என்ற உந்தன் வரிகளின் மூலம் உந்தன் கவிவாசமும் மாறாமல் உள்ளது.

"இயலாயிரம் கொண்ட எங்கள் மொழிகளை அயல் பலர் அடக்கிட முடியுமா..? என்று கூறும் நீ ஒன்றை மட்டும் நினைவில் வைத்துக் கொள்ள வேண்டும், அயலவர் நம் மொழியின் மீது காதல் கொண்டு பல நூல்களை அவர்தம் தாய்மொழியில் மொழி பெயர்த்துள்ளார் என்று.

"அன்றைய தமிழனும் சரி
இன்றைய தமிழனும் சரி
துரோகிகளாலே வீழ்த்தப் படுகின்றனர்...
-என்று நீ கூறும் வரிகள் மூலம் உந்தன் மன வேதனையை உணர முடிகிறது.

அனைவரின் உடலோடு ஒட்டிக் கொண்டிருக்கும் ஆடை. அத்தகு ஆடை நெய்தவனைப் பற்றி இந்த உலகம் கூறாமல் இருக்கும் போது, நீ அதைப் பற்றி கூறியது உந்தன் எண்ணத்தினைப் புலப்படுத்துகிறது.

தெரியா காதலி என்று கூறி கற்பனையில் கரைந்து கொண்டு, உந்தன் காதலியின் உருவத்தை வடித்து, அவளின் முகத்தை கவியால் எங்களுக்கு காட்டியிருக்கிறாய். உனக்கான காலத்தை விட உந்தன் கவிதைக்கான காலம் இந்நூற்றாண்டு வரை இருக்கும்.

உன் விதியில் நீ ஒரு அகதியாய் கருவண்டின் காதல் பூவின் மீது உள்ளது போல, அந்த நாட்களில் அவள் சொன்ன கதையை என்று தீரும் என்று எண்ணி எண்ணி, உன்மனதில் அவளும் தமிழும் என்று நீ கவிபாட, அக்கவியில் கவிபேரரசை நினைக்கத் தோன்றும்.

இனியொரு விதி செய்வோம், அதை என்னாளும் செய்வோம் என்று நீ கூறும் வரிகளின் மூலம் ஆங்கில புத்தாண்டை விடுத்து தமிழ் புத்தாண்டைக் கொண்டாடுவோம்.

யாருடைய துணைக்காக நீ ஏக்கம் கொள்கிறாய்..? ஒருதலை காதலால் இல்லை, பொய்யான காதலால். ஆனால், இவையாவும் மாயை.

தமிழின் துணை கொண்டு இத்தமிழ் வரலாற்றில் நீயும், உந்தன் படைப்பும், உந்தன் கவியும் இடம்பெறும் இப்புவி உள்ளவரை.

இனிய வாழ்த்துகளோடு
செ.ஜெயலட்சுமி முத்துகாளை.M.A.,
வைகை அணை.

<u>வாழ்த்துரை</u>

தமிழ் மகனாகிய கவிஞன் சக்கம்பட்டி தேவராஜ் தனது தமிழ் ஆர்வத்தினால் "**நெருடல்கள்**" என்னும் இந்த கவிதைத் தொகுப்பு நூலை வெளியிடுகிறார்.

இவர் "யாமறிந்த மொழிகளிலேயே தமிழ்மொழிபோல் இனிதாவ தெங்கும் காணோம்" என்ற மகாகவியின் வரிகளுக்கு ஏற்ப தமிழுணர்வோடு தன்னை மாற்றிக் கொண்டவர்.

தன் தாய் மொழியான தமிழ் மொழியை எவ்வளவோ அழகாக வர்ணித்து கவிதை வடிவில் கூறுகின்றார். தமிழுக்கும், ஆங்கிலத்திற்கும் இடையேயான வேறுபாட்டையும் சுட்டிக் காட்டியுள்ளார்.

.மேலும், இவரது காதல் வாழ்க்கையை எழுத்தில் பதிவு செய்து, அதைக் கலை வடிவமாக வர்ணித்து, கவிதை என்னும் வரிகளினால் செதுக்கியுள்ளார்.

கவிஞன் என்பவன் எல்லா உணர்வுகளையும் வெளியிடுவான். எனவே, இவர் காதலின் வித்தியாச உணர்வுகளையும் பல நளினங்களை அறிந்து, அவற்றை நமக்கு கவிதையாக வெளியிட்டுள்ளார்.

இதுபோன்று, இவர் இன்னும் பல கவிதைகளைப் படைத்து, பல கவித்துவ மொழியாடல்களைப் புதுமையாக உணர்த்தி ஒரு சிறந்த எழுத்தாளராக புகழ் பெற எனது மனமார்ந்த வாழ்த்துகள்.

அன்புடன்
ச.சத்யா.B.sc.,
முதலக்கம்பட்டி

வாழ்த்துரை

"தமிழ்" என்ற மூன்றெழுத்து கொண்ட ஒரு சொல், ஒரு நெசவாளனையும் கவிஞனாக மாற்றியிருக்கிறது.

தமிழ் மீது, தான் கொள்ளும் காதலை மிக அழகாக தன் கவிகள் மூலம் வெளிப்படுத்தியிருக்கிறார்.

இவர் எழுதுவது புதுக்கவிதையாக இருந்தாலும், அவற்றில் எதுகை, மோனை, போன்ற எளிமையான இலக்கணத்தையும் எளிதாகவும் சிறப்பாகவும் பயன்படுத்தியுள்ளார்.

ஒரு நெசவாளனாக இருந்து தனது நெசவுத் தொழிலைப் பற்றியும், ஒரு கவி காதலனாய் இருந்து தனது காதலையும் மிகச் சிறப்பாக கவி வடித்திருக்கிறார்.

"**நெருடல்கள்**" என்ற இந்த கவிதைத் தொகுப்பினைப் படிக்கும் போது, ஏனோ நம் நெஞ்சங்களிலும் நெருடல்கள் ஏற்படுகிறது.

"நெருடல்கள்" கவிதைத் தொகுப்பு முகநூல் நெசவாளன் சக்கம்பட்டி தேவராஜ்-ன் இந்த ஆண்டிற்கான முதல் கவிதைத் தொகுப்பு.

அவரின் "அஞ்சி வாழாத அஞ்சி" என்ற புதினத்தைப் போன்று "நெருடல்கள்" என்ற இந்த கவிதைத் தொகுப்பும் வெற்றி பெற வாழ்த்துக்கள்.

அன்புடன்
வே.அகிலா.B.com.,(CA)
சக்கம்பட்டி

<u>வாழ்த்துரை</u>

தமிழ் உலகில் வாழும் கவிஞர்களில் சிறப்பாக தனக்கென தனித்திறனும், தனி நடையும் பெற்று வளர்ந்து வரும் தமிழ் கவிஞரான சக்கம்பட்டி தேவராஜ் "நெருடல்கள்" என்ற கவிதைத் தொகுப்பினை இயற்றியிருக்கிறார். பழந்தமிழ் சமூகத்தின் இருகண்களான வீரமும் காதலும் இவர்தம் கவிதையில் பூத்துக் சிரிக்கின்றன.

எத்தனையோ இடர்பாடுகள், இன்னல்கள், வறுமையின் நிலை என்ற பல காரணங்கள் அவரைத் தாக்கிய பொழுதும் எக்கடவுளையும் அவர் வேண்டி யாசிக்கவில்லை. எம்மொழியான தமிழ் மொழியை மட்டுமே யாசித்து நின்றார் என்பது அவரின் கவி வரிகளில் புலப்படுகிறது.

"காதல் என்ன சுவரில்
திட்டிய ஓவியமா..?
காலம் கடந்த
பின் அழிந்து நிற்க...!
அல்ல..,
மனமென்ற கல்லில்
பொறித்த காவியமடா காதல்...!

-என்று இவர் காதலைப் பற்றி கூறிடும் பொழுது, நாமே அக்காதலில் வாழ்வது போன்ற உணர்ச்சி நம்முள் ஏற்படுகின்றது.

அத்தகு நெருடல்களான கவிதைகளைப் போன்று மேலும் பல கவிதைகளைத் தொகுத்து வழங்கிட மனமார்ந்த வாழ்த்துகள்.

அன்புடன்
கா.விஜயலட்சுமி.B.sc.,
சக்கம்பட்டி

<u>**என்னுரை**</u>

மனிதன் வாழ்வானது ஒரு புள்ளியில் துவங்கி, ஒரு புள்ளியில் முடிவடைகிறது. அவ்வாறான அவனது வாழ்வில் எத்தனையோ இன்னல்களும், இன்பமான நிகழ்வுகளும் ஏற்படுகின்றன. அத்தகு நிகழ்வுகளுக்கொல்லாம் எத்தனையோ உணர்வுகளால் அவன் வெளிகாட்டியாக வேண்டும். இன்பம், பயம், துக்கம், வெறி, அதங்கம், கோபம் என்ற எத்தனையோ உணர்வுகளைக் கொண்டது தான் மனித வாழ்வு. அத்தகு உணர்வுகளை எல்லாம் அவன் எதனால் வெளிக்காட்டிட முடியும், முகத்திலா..? அப்படி அவன் முகத்தில் வெளிகாட்டுவது அவனுக்கும் நல்லதல்ல, அவனைச் சுற்றி இருக்கும் சமூகத்திற்கும் அது நல்லதல்ல. பிறகு எப்படி தான் வெளிகாட்டுவது..?

"மனிதனின் உணர்வுகளை வெளிக்காட்டிக் கொள்ள சிறந்த ஆயுதம் எழுத்து" அத்தகு ஆயுதத்தினையே நானும் இன்று கையில் எடுத்துள்ளேன். எந்தன் வாழ்வில் நடந்த பலவிதமான இன்னல்களையும் அவற்றால் ஏற்பட்ட நெருடல்களையும் தொகுத்து வரிகளாக காட்டுவதே இந்த **"நெருடல்கள்"** என்ற கவிதைத் தொகுப்பாகும். அந்த நெருடல்களை படிக்கும் அனைத்து வாசகர்களின் மனதிலும் ஒரு சிறு நெருடல் ஏற்படும் என்பதில் ஒரு கவிஞனாக எனக்கு எவ்வித ஐயமும் இல்லை.

அத்தகைய எந்தன் எண்ணங்களை எல்லாம் நூல் வடிவம் கொடுத்திருக்கும் ஏலே பதிப்பகத்திற்கு எந்தன் முதல் நன்றிகள். மேலும், இந்நூல் உருவாக காரணமாக இருந்த எந்தன் தந்தை பெரியசாமி மற்றும் தாயார் ராணி அவர்களுக்கும் எந்தன் நன்றியை இவ்விடத்தில் நான்

தெரிவித்ததாக வேண்டும். மேலும் இந்நூலிற்கு மதிப்புரை வழங்கிய செ.ஜெயலட்சுமி முத்துகாளை அவர்களுக்கும், வாழ்த்துரை வழங்கிய ச.சத்யா, மற்றும் வே.அகிலா மற்றும் கா.விஜயலட்சுமி ஆகிய மூவருக்கும் எந்தன் மனம் நிறைந்த நன்றிகளையும் இந்நூல் வடிவில் தெரிவித்துக் கொள்கிறேன்.

நெருடல்களால் ஆன இந்த நெருடல்களை எந்தன் தாய்மொழி தமிழுக்கு சமர்ப்பிக்கிறேன்.

என்றும் தமிழோடு

சக்கம்பட்டி தேவராஜ்

<u>மொழி</u>

தாய் ஊட்டிய மொழி...!
தரணிகள் பல ஆண்ட மொழி...!
தனிநின்று புகழ்பல சேர்த்த மொழி...!

எந்தன் செவிநின்று செவிகாத்த மொழி...!
கவிபாடவைத் தென்னைக் காத்த மொழி...!
புலமென ஐந்திற் புகழ்பல சேர்த்த மொழி...!

உயிரெனவான போதில்
உறவென நின்றென்னைக் காத்த மொழி...!
செம்மொழி, தனிமொழி, தாய்மொழி,
முதல் மொழி, மூலமொழி, உயர்மொழி
என்றெலாம் ஓர் மொழி உண்டெனில் – அது
என் "தமிழ்மொழி" யன்று வேறில்லை...!

ஆக்கத்திலே துணைவந்த மொழி – எந்தன்
அழிவிலும் வரவேண்டும் எந்தன் அன்னை மொழி...!

தமிழ் மொழி கல்வி

ஆயிரமாய் வந்த சொந்தம்
அன்னைக்கு ஈடு நின்றதில்லை...!

ஓடும் நீரில் கண்ட சுகம்
ஓடையிலே கண்டதில்லை...!

ஓலைக் குடிசையில் கண்ட இன்பம்
ஓடுடறைந்த மாளிகைக்குச் சொந்தமில்லை...!

பாடையிலே கண்ட நிம்மதி
பஞ்சணையில் வந்ததில்லை...!

அன்னை மொழியைக் கற்ற இன்பம்
அமிர்தத்திலும் காண வில்லை...!

மாடு கொண்டு உழுத நிலத்தில்
மண் வாசம் மாறவில்லை...!

தாய் மொழியைக் கற்றதனால்
என் ஆயுள் குறைவதில்லை...!

தமிழ் ஏட்டெடுத்துப் படிப்பதற்கு
என் ஜிவன் போதவில்லை...!
அதை உணர்ந்து பார்க்க இங்கு நாதியில்லை...!

எம்மொழி

பாயிரம் வைத்துப் பாடினாலும் – உன்புகழ்
ஆயிரத்தில் அடங்கிட கூடுமோ அல்ல
நூறாயிரம்பேர் முன்நின்று பேசினாலும் – அதில்
நூறாக உன்புகழ் குறைந் திடுமோ..!

வாள் ஆயிரம் ஏந்திகாத்த எங்கள் மொழி
ஆள்பலரை அறிவால் வீழ்த்திட்ட மொழி
தாள்வரும் முன்னே தரணியாண்ட மொழி
வள்ளுவன் வழிநின்ற வல்லமைகொண்ட மொழி

ஐந்திணை கொண்டு அறம்கண்ட மொழி
வேந்தர் மூவருக்கும் முதல் மொழி
பைந்தமிழ் என பார்போற்றும் மொழி
செந்தமிழ் என்று செவிசேர்ந்த மொழி

தாயென நிலை கண்ட மொழி
ஞாயென நிலை நிற்கும் மொழி

வேற்றான் கண்டு வியந்த மொழி
மாற்றார் பலர் ஏசும் மொழி
போற்றுவோர் பலர் இருக்கையில் மதிகெட்ட
தூற்றோர் என்ன செய்திடுவார்...?

இயலாயிரம் கொண்ட எங்கள் மொழிதனை
அயல் பலர் அடக்கிட முடியுமா..?
புயல் போலெதிர் வந்தினும் - மதி
சாயல் கொள்வான் விதிகெட்டழிவான்..!

பறையெடுத்து நான் அடிப்பேன்..!
கறைகொள்ள நினைத்திடும் மானிடர் பலர்
மறைந்திட லாமென நினைப்பின் என்கவியால்
சிறையெடுத்தது செவியோ டறைந்திடுவேன்..!

நம் நாடும் வேற்று நாடும்

பிறநாட்டான் தமிழின் தரம்கண்டு
தமிழோடு தரணியாள்கிறான்...!
எந்தமிழை எண்ணி வியக்கிறான்...!

வேற்று மொழியான் எந்தமிழை
உச்சத்தில் ஏற்றி அழகு பார்க்கிறான்...!

மேலைநாட்டான் கூட எந்தமிழை
மேடையிலேற்றி மெய்ஞானம் பெறுகிறான்...!

அன்றைய தமிழனோ அன்னைத் தமிழை
அன்பினாலங்கரித்து பார்போற்றப் பரப்பி நின்றான்...!

வேலேந்திச் சென்று வேற்றுநாட்டில்
தன் தமிழ்க்கொடியை நாட்டி தரணியாண்டான்...!

தமிழோடு வாழ்ந்தான்,
தமிழனுக்காக வாழ்ந்தான் அவன்...!

ஆனால்.....
இன்றைய தமிழன்.....?

ஆங்கிலம் என்ற மோகத்தில் மதிமயங்கி
தன் அடையாளம் மறந்து வாழ்கிறான்....!

நால்வர் முன்னே மாற்று மொழியில் பேசினால்
மரியாதை...
ஆனால் தன்மொழி பேசினால் தரம்குறைவாம்....

தன் தமிழையே தாழ்த்தி பார்க்கிறான் தமிழன்
இவ்வாறான தமிழன் தான் தமிழினத்துரோகி.....

அன்றைய தமிழனும் சரி,
இன்றைய தமிழும் சரி
துரோகிளாலே வீழ்த்தப் படுகின்றது....

கையேடைவிடுத்து கைபேசி ஏற்கப்பட்ட
வேளையிலே எந்தன் தமிழ் கைநழுவத் தொடங்கியது.....

என்றேனும் ஒர்நாள் எந்தமிழ் மீளும்....
அன்று இவ்வுலகையே எந்தமிழ் மட்டுமே ஆளும்....!

அறம் சொல்லித் தந்த எந்தமிழ்
ஆணிவேராக எழுந்து இவ்வுலகையே ஆளும்

தன்னாட்சியில்....!

தமிழால் என்னைத் தாழ்த்தி பார்த்தாலும்
தாழ்ந்து நிற்பேன் எந்தன் தமிழுக்காக..!

<u>தைத்திருநாள்</u>

அமிழ்தினும் இனிய தீந்தமிழ் நிலத்தில்
திமிலேறி நற்றமிழ் பயின்று..,

ஏறுதழுவிய ஏனையோர் பலர் கொண்டு
மாறுதலில்லா வளமிக்க மொழி பெற்று..,

பார்பல போற்றிடும் பாக்கள் பலவைத்து
மார்தட்டி கூறிடும் புகழ் நிறைகொண்டு..,

ஐந்நிலம் காத்திடும் அகம்புறம் கொண்ட
செந்தமிழென்று திமிரோடு எடுத்துரைப்பேன்.,

ஆரியர் காட்டிய அறுபதல்ல எந்தமிழ்
பேரிடர் பலபார்த்தும் பார்கண்ட மொழி..,

நித்திரையில் இருந்து விழித்த எமக்கு
சித்திரை அல்ல தமிழ் புத்தாண்டு...,

பைந்தமிழ் கற்ற தன்னிகர் தமிழனுக்கு
தைமுதல் நாளே தமிழ் புத்தாண்டு...!

தமிழுக்கோர் பறை

கறைபடிந்த இப்பூலோக வாழ்வில்
மறைந்த ஆசைகளோடு
கரைசேரக் காத்திருக்கும் காளைகளுக்கு
பறையாக வாழும் கதைச் சொல்வேன்...,

புவியில் வாழும் பூமாந்தரின்
சாவி இல்லா வாழ்வில்
தாவி போகும் உள்ளத்திற்கு
கவியால் அவர்தம்
செவி திறக்க வைப்பேன்...,

எவர்தம் எனைப் பழித்தாலும்
அவர்தம் செவியிலும் உரைப்பேன்...,
சுவரென இருந்தாலும்
உவர்நீராய் எனை உமிழ்ந்தாலும்
இவர் தானெனப் பெயர் சொல்ல வைப்பேன்...,

கயவர் பல கருத்துரைத்தாலும்
அயலாரெனை அடக்க எண்ணினாலும்
புயல் போலெழுந்து புகழ் சேர்ப்பேன்...,

படைகளுக்கு அஞ்சிடாது
படைப்பின்பால் பார்போற்ற நிற்பேன்...,
எடை போட எவர் எண்ணினாலும்
மடையாய் திறந்து வளர்ந்து வருவேன்...,
உடையோர் மட்டும் உடனிருக்கு - கயவர்பல
கடையில் நின்று கைகட்டிபார்க்க வைப்பேன்..,

கூடல் இல்லாத என் வாழ்வில்
தேடல் நாடிச் சென்று
கடல் போலான கன்னித்தமிழைக் கரைகண்டு
பாடல் பலகேட்டு மனப் பசிதீர்த்து

ஊன் மெலிந்திருப்பினும்
யான் மயங்கிடாதவன்
வான் போல் வளர்ந்து
நான் என எவர்வரினும்
தான் என தமிழோடு தகர்ப்பேன்...,

காலம் பல என்கதைச் சொல்லும்
ஞாலமே அழிந்தாலும் செந்தமிழுக்கோர்
பாலமாய் நின்று பறையடிப்பேன்...,

இன்றைய கவிஞன்

எத்தனையோ கவிகள் உண்டு இப்புவியிலே...!
அத்தனையும் வென்றிடுவேன் என் கவியிலே...!

புரியாத புதிர்கள் உண்டு உலகிலே
தெரியாதோர் தெரிந்திட வைப்பேன் என் கவியிலே..!

அறியாதச் செய்தியுண்டு ஆயிரம்
அதை அறியவைக்கும் என் பாயிரம்...!

விளங்க முடியாதவிடயங்களுண்டு விழியிலே
அதை விளங்கவைப்பேன் என் விதியிலே...!

பாக்கள் வைத்துப் பாடிட நான் பாரதியல்ல...,
பூக்கள் போலச் சொல்லெடுத்து பேச
நான் புலவனும் அல்ல...,

ஏதோ இயன்றதைப் பாடும்
இன்றைய கவிஞன்..!

<u>அவன்</u>

நெசவாளன்........

மருத நிலத்தில் உழவன் உழவு செய்யும்
போதே அவனது மானம் காத்தவன் அவன்

நாடாவை கட்ட தெரியாத காலத்தில்
நாடாவோடு விளையாடியவன் அவன்

பாவையைக் கண்டு மகிழாத காலத்தில்
பாவை கண்டு மகிழ்ந்தவன் அவன்

உடல் இளைத்தால் கூட நோகாதவன்
நூல் இளைத்தால் நொந்துநின்றவன் அவன்

உழவன் கயிறு போட்டு மாட்டை பிடித்த போது
கைத்தறி பிடித்து மானம் காத்தவன் அவன்

உலகம் நிர்வாணமாக நின்ற போது உலகின் மானம் காக்க
பிறந்தவன் அவன்

அவனே நெசவாளன்

<u>எந்தன் கைபேசி</u>

கலங்கியே காலம் கடந்தது நாளையில்.......
கதிரவன் மயங்கிநின்ற மாலை வேளையில்...
கால்நடையாக நடந்து வந்தேன் அந்தச் சாலையில்....
அக்கரையருகே ஓர்கடை என்னை ஈர்த்தது....!
என்னவென்று கண்டேன்..!

அதைமட்டுமா கண்டேன்....?
நட்சத்திரங்கள் போல மினுக்கிடு மின்விளக்கிடையே
மின்மதி போலவளைக் கண்டேன்,
கண்டு வியந்தேன்...!
அதனாளவள் மேலொராசைக் கொண்டேன்...!
பொற்காசாகெண்ணி தன்காசைக் கொடுத்து
அவளை வென்றேன்..., என்னோடழைத்தேன்,

அவளும் எண்ணாமல் என்னோடு வந்தாள்....!
இருவரும் பயணிக்கத் தொடங்கினோம் இணையாக...!

எந்தன் கையோடு அவள்நின்று இவ்வுலகையேக்
அவள் எனக்குக் காட்டினாள்....!

நடக்கையிலே யானளவளை நோக்க.....!
விழிசிமிட்டி அவள் என்னை நோக்க ....!

செவியோடு அவளை யானணைத்து
செந்தமிழ் குரல்பல அவளால் யான்கேட்க...!
அக்குரல் இறைச்சலேயானாலும் அவளால்
இன்பமானது....!

இரவிலே துயில்கொள்ள
விடாமல் என்னை தன்வசபடுத்திய தாரகை அவள்....!

துயில் கொண்ட போதும்
எந்த செவியிலே இசைகள் பலபாடி
என்னை துயில் கொள்ள செய்தவள் அவள்...!

துயில்கொண்டெழுந்த போது
யான்கண்ட முதல் முகமும் அவளே....!

துயில்கொள்ளும் முன்
யான் காணும் கடைமுகமும் அவளே.....!

அவளை தட்டிதட்டி ரசித்தேன்
அவளோ மைத்தீட்டா கண்சிமிட்டி என்னைக்
கண்டாள்....!

அவளை எந்தன் விரல்கள் தடவித்தடவியே
எந்தன் காலங்கள் கழிந்தது....!

அவள் எந்தன் காதலியல்ல எந்தன் கைபேசி.....!

<u>தெரியா காதலி</u>

கண்ணில்லா குருடன்
நிலவைக் கண்டு ரசிப்பது போலும்..,

செவிகேளா செவிடன்
பாடல் கேட்டு ரசிப்பது போலும்..,

படிப்பறிவில்லா பாதகன்
புத்தகத்தைக் கண்டு மகிழ்வது போலும்..,

எந்தன் தேவதை யாரென்றே
அறியாமல் எந்தன் இதழ்கள்
அவளுக்காக கவிபாடுகிறது..!

நீந்த தெரியாதவனைப் போல்
மூழ்கித் தாகம் தீராது தவிக்கிறது
எந்தன் மனம்...!

என்று தான் தீருமோ இந்த தாகம்..?

<u>என்னவள்</u>

என்னவள்........

எக்கலைஞனும் செதுக்க முடியா
சிற்பம் அவள் என்னவள்.......

எக்கவிஞனும் வடிக்க முடியா
கவிதை அவள் என்னவள்......

கலையும், கவியும் இரண்டறக்
கலந்த கலவை அவள் என்னவள்.....

என்னவள்......

பகலில் நினைவாக ....
இரவில் கனவாக ....

என்னுள் வந்து வந்து சென்றவள் ....

என்னவள்....

கார்த்திகை தீபம்

எத்தனையோ கவிகள் சேர்த்து...,
எத்திசையும் இசைகள் பல கேட்டு..,
அத்தோடு நானும் வந்து பார்த்தேன்
அத்தனையும் அவளை விட அழகல்ல..,

சிந்தை எல்லாம் அவள் சிந்தனை
மந்தையில் கண்ட மாடுகள் கூட
அந்த மங்கையின் துணை நாட..,
சந்தையில் விற்று நாற்காலி வாங்கி..,

திண்ணையில் நான் இருக்க
எண்ணத்தில் அவள் வந்து நிற்க
பண்ணேந்தி புகழ்பல நான் கேட்க
கிண்ணத்தில் நெய்யெடுத்து விளக்கேற்ற வந்து
விண்ணையே மலர வைத்தாள்...,
மண்ணையே மணக்க வைத்தாள்....,

<u>என் காதல்</u>

காதல் என்ன சுவரில்
தீட்டிய ஓவியமா...?

காலம் கடந்த பின்
அழிந்து நிற்க...!

அல்ல....

மனமென்ற கல்லில்
பொறித்த காவியமடா காதல்...!

காலம் கழிந்தாலும் அந்தச் சுவடுகள்
அதன் கதை சொல்லும்....!

திரியிட்டு எரிந்த தீபம்
திரி காய்ந்த பின் இருளாகிடும்...!

அந்த திரியெரிந்த
தீபம் போலானது என்காதல்..!

யாரை குற்றம் சாடுவேன்.....?
ஒளி தந்த திரியையா...? அல்ல
திரி தாங்கிய தீபத்தையா...?

திரிந்த திரிக்காக காத்திருந்தேன்....!
திரும்பி வராது என்று தெரிந்த பின்னும்..!

<u>கவிஞன்</u>

அவள்
நீ வேண்டும் என்றிருந்தால்
கணவனாக !

நீ
வேண்டாம் என்றதால்
கவிஞனானேன்
வேறு ஒருத்தியின் காதலுக்கு..!

தன்னம்பிக்கை

முடங்கிக் கிடக்க
நான் ஒன்றும் முடவனல்ல...!

முயன்று பார்ப்பேன் மூச்சுள்ளவரை...,
விழித்திறந்து பார்ப்பேன் விழியுள்ளவரை...,

படகைப் போல ஆழ்கடலைக் கிழித்து பார்ப்பேன்...,
சிறகைப் போல விரிந்து பறப்பேன்...!

காக்கைப் போல கரைந்து நிற்பேன்
கரையைப் போல காத்திருப்பேன்

எதிர்காலம் ஒன்று உண்டா...?
என்பது தெரியாது - ஆனால்
எனக்கான காலம் ஒன்று உண்டு
என்மனம் அறிந்தது அன்று
அதை உருவாக்கும் முயற்சியில் இன்று..!

குறை

குறைக் கூறுபவனைப்
பிழை என எண்ணாதே...!

விலைக் கொடுத்து
எதை வாங்கினாலும்
அக்குறை மறையாது...!

உலகம் போலியானது

உலகம் போலியானது
அதில் என்உள்ளம் காலியானது..!

எண்ணிப் பார்க்க நேரமில்லை..,
எடுத்துச் சொல்ல ஆளில்லை..,

திண்ணை என நானிருந்தால்..,
எண்ணமெல்லாம் மாறியிருந்தால்..,
என்னை வந்து யார் கேட்டிடுவார்..,

பஞ்சு போல இருந்த நெஞ்சில்
நஞ்சாக வந்தவர் யாரோ...?

கொஞ்சும் கிளியாய் நின்று
பஞ்சு நெஞ்சைக் கிழித்தது யாரோ...?

என்ன செய்ய வந்தார்...?
என்ன நினைத்து வந்தார்...?
எதை நாடி வந்தார்...?
எவரது துணை நாடிச் சென்றார்...?

வந்தவரெல்லாம் வந்து சென்று
நொந்தவனென ஆக்கிச் சென்றார்...!

வாழ்வை மாற்றிச் சென்றார்
தாழ்ந்து நின்ற வாழ்வு தீர்ந்தது
சூழ்ந்து வந்த மேகம் களைந்தது
பாழ் போலான மனது தெளிந்தது
ஆழ்கடல் சிப்பி தன்முத்தை ஈன்றது
கவிகளாக...!

போலியான உலகில் நான்
காலியாக இருப்பேன்
கவியாகப் பறப்பேன் - பிறர்
செவியில் அதைச் சேர்ப்பேன்
கன்னித் தமிழையே ரசிப்பேன்
என்காலம் பல கழிப்பேன்...,

<u>உழைப்பாளி</u>

உயரத்தில் இருக்கிறது என்போன்றோரின் சிலை...,
துயரத்தில் இருக்கிறது எங்களின் நிலை...,
இதுவே முதலாளிகள் பலரின் கலை...,
என்றேனும் ஓர்நாள் மாறவேண்டும் இந்நிலை...,

<u>**நெசவாளர்**</u>

நூலும் பாவுமான வாழ்க்கை
பசியும் பஞ்சமுமாக நகர்ந்து
மானம் காத்தவனின் வாழ்க்கை..,

<u>தோழிக்கு வாழ்த்து</u>

விழிகள் மறந்து வழியில் வந்த
செழிந்த கவிதை சொல்லவந்தேன் உந்தன்
விழிகள் திறந்த இந்த நாளையில்...!

பிறப்பிற்கு முன்னே நீ யார்...?
இறப்பிற்கு பின்னே நா யார்...?

யாரென்று யாம் அறியாது – எது
ஊரென்று எமக்கு தெரியாது
பாரென்ற ஒன்றில் வந்து அறிந்தேன்
நாரென்ற ஒன்றில் பிரிந்த பூவென்று...!

காதலால் கவிந்த நாளில்
மோதல் உள்ள வாழ்வில்
ஆதலால் வந்தேன் தேடி
காதல் என்ற வார்த்தையிலா...?

இன்றளவும் தெரியாது....!
நீ தந்த பாசமும் புரியாது...!

கருவிலே சுமந்து தரையில் தவழ்ந்து
செருக்கென்ற குணமற்று
கருமைக் கொண்ட சேயை – வரும்
இருமையில் அன்பைக் காட்டிய அன்னையா...?

வீட்டிலே விளையாடி
நாட்டிலே நடை பழகி
பாட்டியின் கதைச் சொல்லி
கூட்டிலே கூடி வாழ்ந்த இளையவளா...?

கண்ணாலே மொழி சொல்லி – எந்தன்
எண்ணத்தைத் தனதாக்கி – களி
மண்ணான என்னை மரமாக்கி
திண்ணமென காதல் கொண்ட காதலியா...?

மயில்தோகை மார்பில் அணிந்து
துயில் கொள்ளும் வேளையில்- பள்ளியில்
பயில் சொல்லும் காதல் கள்ளியா...?

யார் சொல்லி அறிவேன்...!

யாரென அறியாத உன்னைப்
பாரில் உள்ள ஒன்றாய் வாழ்த்துகிறேன்
விழிகள் திறந்த நாள் முதல்
புகழ்விழி பல திறந்து "தமிழ்"-ஐ
செவியில் கேட்டு இன்புற்று வாழ....

இனிய வாழ்த்துக்கள்.....!

யார் அந்த மூன்றெழுத்து

யார் அவள்....?
பெயர் தெரியாது...!
ஊர் தெரியாது...!

ஆனால், உறவாக
உறவாடினாள் ஓர்நாள்..,

யார் அந்த மூன்றெழுத்து...?

காதலி என்ற மூன்றெழுத்தா...?
தங்கை என்ற மூன்றெழுத்தா...?
அக்கா என்ற மூன்றெழுத்தா...? அல்ல
அன்னை என்ற மூன்றெழுத்தா...?

எப்படித் துவங்கியது அந்த உறவு...?

காதல் என்ற மூன்றெழுத்தில் துவங்கியதா..?
நட்பு என்ற மூன்றெழுத்தில் துவங்கியதா...?
தமிழ் என்ற மூன்றெழுத்தால்
துவங்கிய அந்த உறவென்ற மூன்றெழுத்து யார்..?

எதைச் சொல்லி அழைப்பேன்..,
யாரென நினைப்பேன்...,
ஏதும் அறியாத அறையென் பிள்ளையானேன்..!

யார் அறிவார்...?
தெரியாத இப்பயணம்...
எத்தனை நாள் தொடரும்....?

<u>என் காலம்</u>

மதிமங்கிய மார்கழி மாசத்துல
மத்தியான வேளையில மங்கிய மனசோட
மலைபோலான என்தமிழை மனசார நாபாட வந்தேன்....

சுற்றியடிச்ச தென்றல்காத்து திசையோரம் வீச...
மரத்தோரவுள்ள இலையால மழைச்சாரல் தூர...
அதில் மங்கிய குயில் மரத்துல கவிபாட....,
காதோரம் மினுக்கி நின்ன சிமிக்கியோட
செலபோல அவ பேச வந்தா....

பத்துபேரு கூடிநின்னு அஞ்சுஅஞ்சா பேச வச்சுப்.....,
ஆரம்பிச்சது அந்தப் பேச்சு....,

நாபேச போனே.., அவ பாத்துச் சிரிச்சா..,
அவபேச போனா..., நா பாத்துச் சிரிச்சேன்..,

அங்க ஆரம்பிச்சது எங்க பேச்சு....,
பார்த்து பார்த்து பேசிவது அவ பழக்கம்...,
அதுவே ஆச்சு எங்களுக்கு வழக்கம்....,

கண்ணடிச்சு நா பேச.......!
கண்ணாலையே அவ என்ன ஏச.....!
அதனாலையே மனசுக்குள்ள ஒன்னு கூச...!
என் மனசுல காதல் என்ற சாயம் பூச....!

ஒருநாள்.... ஒன்னு வந்திச்சு......,
தமிழர் திருநாளா அது வந்திச்சு....,
என்மனசுல உயரமா அந்த நாள் நின்னுச்சு....,

என் அப்பன் நெஞ்சசேலைய கட்டி...,
அடுக்கடுக்கா மணவீச மல்லிகைப்பூ வச்சு..,
மருதாணி போல சிவந்த மனசோட...,
மல்லிகைப்பூ போல சிரிச்ச முகத்தோட...,
கால் கொளுசு குண்டுமணி ஓசையோட...,
முத்துமுத்தா கோர்த்து வச்ச மாலையோட
அழகுகூட அந்த ஒத்த மாலையில் வீச...,
அன்னக்கிளி போல அவ நடந்து வந்தா...,

அத்தனையும் பாத்த நானு....,
ஆடிமாச காத்துல அடிச்ச அவரக்கொடி போல
அவளப் பாத்து நின்னேன்....!

மயில போல நடந்து வந்து,
குயில போல என்கிட்ட பேசி,
சிலைய போல என்னைய ஆக்கிட்டா.....!

சில சில நிமிடம் பேச......,
பலபேரு கூட்டா நின்னு எங்கள ஏச....,
அதையெல்லாம் எட்டி பாக்காம எங்க கதைய நாங்க
பாட.....,
பாத்து பாத்தே பகலெல்லாம் போவிட்டு

பூத்திருந்த ரோஜா கூட
அவகிட்ட நிக்கையில வாசம் போனதடி.....
ஊரவிட்டு வந்தும் கூட
அவ நெனப்ப என்ன விட்டு போகலையே......!

இப்படியே பாடிகிட்டு
என்காலம் போகுதடி......,
எட்டி பாக்காத உன்ன நினச்சு
என்வொடம்பு நோகுதடி....,

என் இனியவள்

என் இனியவளே....!
உனை நான் வர்ணிக்க தகுதி உண்டா...?

தெரியவில்லை,
இருந்தும் முயற்சிக்கிறேன்......

தேவனே கண்டு வியந்த அந்த தேவதை நீ...!

கழுத்தில் ஆரங்களும்
கையில் அழைபேசியுமான
அந்த அழகை கண்டு
அரசன்கூட அடிவழுக்குவான்....!

நான் மட்டுமென்ன
நயமாறாத நாயகனா...?

சுருண்டு சுருண்டு இருக்கும் அந்த மேகங்கள் கூட
உந்தன் சுருண்ட அந்த கூந்தலுக்கு இணையாகுமா...?

நாவிலே பாவில்லாமல் பாடும்
அந்த பஞ்சவர்ணகிளி கூட...,
உந்தன் பட்டாடையைக் கண்டு பரவசத்தை இழந்தது...!

சான்றோன் செந்தமிழை
வல்லின மெல்லின இடையினமாய் பிரித்தான்....,
ஆனால் அந்த ப்ரம்மனோ
மெல்லிடையாய் உன்னைப் படைத்தான்...!

பூக்காத அந்த குறிஞ்சிப்பூ கூட
உந்தன் மேனி கண்டு பூத்திடும் போல...!

இந்த பூமேனியைப் படைக்க பூமகன்
பூக்களின் மேலே படையெடுத்திருப்பான்...!

பால்வண்ணம் மாறாத அந்த பாவையைக் கண்டு
பாலற்ற குழந்தையாய் பா-வை பாடுகிறேன்...!

அந்த பாவையின் பால் மனம் தான் இறங்கிடுமா...?
பாரம் பார்க்காமல் பா வைப்பேன்

குளக்கரையில் ஒர் கவிதை

நடை நடையாக நடந்து பார்த்தேன்...
ஆனால் வரிகள் ஏதும் இல்லை...!
குளக்கரையைக் கண்டு குதுகலித்துப் போனேன்....!
மழையென வந்த வரிகள்...,

குளக்கரையிலே அமர்ந்த குந்தவையே
கொக்கைப் போல காத்திருந்தேன் அந்த குளக்கரையில்
உன்னை கொத்தி திண்ண...,

கொண்டையிடாத உந்தன் கூந்தலைக் கண்டு
குலைந்து நின்றேன் அந்த குளக்கரையில் நின்று...,

அந்த கோபுரம் கூட அழகற்று போனதடி
பிரம்மன் கோலமிட்டு உந்தன் முகத்தைக் கண்டு...,

வண்ணமீட்டாத அந்த வானம் கூட
உனை எட்டி பார்க்குதடி....,
வானவில்லே வானிறங்கி வந்ததென்று...!

மீன் குட்டியே எட்டிப் பார்த்தது....
இந்த மான் குட்டி உன்னைக் காண....,

குந்தவையாக நீ அமர்ந்திருக்க
என்றேனும் ஒர்நாள் வந்தியராக
எனை ஏற்றுக்கொள்வாயா...?

பார்வை

எட்டி பார்க்கையில்
சுட்டு வீழ்த்தியது
அவளின் கத்திவிழி பார்வை...!

குறையா அன்பு

அவளிட்ட தோசையும் சரி...,
அவளால் சுட்ட வார்த்தையும் சரி...,
அன்னையிட்டது போல் இனிதானது...!

சுவையினால் அல்ல..,
குறையா அன்பினால்...!

கனவு

பாவோடு நூலாக
உனை சேர்ந்து நான் பாட...,

கவியோடு செவியாக
என்னுள்ளே நீ வாழ....,

கரையோடு அலையாக
எனைக் கண்டு நீயோட...,

புலியோடு மானாக
உனை வெல்ல நான் துரத்த...,

எறும்போடு எறும்பாக
நாம் பார்த்து மோத.....,

தும்பியோடு செவியாக
எம்காதல் உம்செவியி லுரைக்க...,

பாலோடு நீராக
எனைக் கண்டு நீ வெறுக்க...,

இரவோடு வெயிலாய்
இருந்தும்கூட மீண்டும் நான் முயல...,

மண்ணோடு வேராக
என்னுள் நீ ஊன்றி நிற்க...,

சுடரோடு மெழுகாக
உனை எண்ணி நாநோக...,

ஒரு நாள் - அது
மலரோடு மணமாக
காற்றோடு குரலாக
இரவோடு பனியாக நாம் சேரும் நாள்...,

அன்று.....,

மொட்டோடு பூவாக
நம் காதல் மலர...,

பூவோடு மணமாக
நாம் இருவர் பயணிக்க...,

உடலோடு நிழலாக
நம் காதல் நம்மைத் தொடர...,

காலோடு எறும்பாக
நம் காதல் மணவரை யேற...,

குறளோடு நாலடி சேர்த்து
வேதம்கள் பல ஓத...,

கயிரோடு கொடியாக
கயிரோடு அணியாலான கயிற்றை
உம்கழுதில் நா ஏற்ற....,

வெற்றிலையோடு நாவாக
நாணத்தில் உந்தன் கண்ணம் சிவக்க...,

தென்றலோடு மழைத்துளியாக
உந்தன் கண்ணில் சிறுநீர்த்துளி வடிய...,

பா-வோடு அணியாக
நாம் சேர்ந்து நின்றிட..,

இரவோடு நிலவோடு
இரவோடு நாமிருவர் கலந்திட...,

இதழோடு இதழாக
இமைமூடி இன்பம் பருகிய...,

பாம்போடு பாம்பாக
மெய்யுருவம் இணை பெற்றிட...,

உடலோடு உயிராக
நாம் சேர்ந்து நின்றிட...,

பொழுதோடு கணமாக
நாட்கள் பல எண்ணாமல் ஓட...,

பாலோடு பிரித்த நெய்யாக
அழகிய சிசுவை நீ ஈன்றிட...,

சிறு சிசுவோடு நிலவாக
நான் அதை ரசித்திட...,

நான் ரசித்த நினைவுகளோடு நிற்கிறேன்...,
நினைவுகள் நிஜமாகுமென்று...!

என் விதி

பூ பறிக்கும் பூவையே..!
பூ மணம் மாறா பாவையே...!
மலர் கூட்டத்தில் மங்கிநின்ற மங்கையே...!
மங்கையைக் கண்டு மங்கி நின்றேன் அங்கேயே...!

அங்கே பார்த்தேன் ஒரு நிலா...!
அந்நிலவே வந்தது உந்தன் முகத்தில் ஓர் உலா...!
உந்தன் இதழோ தேன்சுவை காட்டும் பலா...!
எண்ணிப் பார்த்தேன் இவளுக்கு ஏற்ற நானொரு ஆளா....?

உந்தன் வாழ்விலோ நானொரு புள்ளி...!
நீ தானடி எந்தன் மனதை கவர்ந்த கள்ளி..!
இவையாவும் புரிந்திடுமா நான் சொல்லி..?

ஏங்கியதே என் மனம்....!
அதை தாங்கியே கடந்தது பல கணம்...!
என்னிடம் இல்லை மானிடர் பலர் விரும்பும் பணம்...,
இருந்தால் மாறியிருக்கலாம் எந்தன் குணம்...,
அப்படியானால் பிடித்திருப்பேன் உந்தன் கரம்...,
ஆனால் மாறிநின்றதே எந்தன் நேரம்...!
இப்படியே போனால் நானும் ஆவேன் நடைபிணம்...!

இதுவே என் கதி...,
மாறி போனதே எந்தன் விதி...,
இவையெல்லாம் அவன் செய்த சதி...,
இதை மறக்க எனக்கில்லை ஒரு மதி...,
என்ன சொல்வேன் இதுவும் எந்தன் விதி..!
இன்னும் என்னவெல்லாம் இருக்கிறதோ மீதி...,

நானொரு அகதி

ஒத்தயடிப் பாதையில்
ஒத்தாளா நாபோகையிலே..

ஒய்யாரமாக வந்த ஒருத்தி
நான் சாஞ்சுக்க ஒத்தமடி அவதந்தா....

சிந்திநின்ன கண்ணீர துடைச்சு
சித்திரையில என்ன சிரிக்க வைச்சு
சித்திரமா அவநின்னா...
சித்திரமா நின்னதால
சிந்தையிலும் அவநின்னா.....

சிரிச்சு பேசி என்கிட்ட சிநேகியானா....
வெளியில காட்டி நடந்தோம் அந்த வேசம்...
எங்களுக்குள்ள இருந்ததோ ஒரு பாசம்...
இப்படியே காலம் போனது பல மாசம்....

மேடையில ஒன்னா நின்னுபேசுனது ஒருகாலம்....,
பேசுவதாச் சொல்லி சுத்தினது ஒரு காலம்....,
சுற்றிச்சுற்றி வந்ததால
சுற்றதார்கூட சுற்றிப்பார்த்தது ஒரு காலம்....,
எட்டு எட்டுவைச்சு எட்டிப்பார்த்து ஒரு காலம்...,
எட்டிப்பார்த்தால ஏமார்ந்து போனது சில காலம்...,

எண்ணிப்பார்க்க ஒருத்தி இருந்தும்
எட்டிபாக்காதவள எட்டிநின்னு பார்த்தது ஒரு காலம்.....,
அதெல்லாம் இன்று இறந்தகாலம்....!

காலத்தால பிரிந்து நின்னேன் – இதுகடவுளுக்கே
பிடிச்சதால காலத்தும் என்ன பிரிச்சான்...!

என்கைபிடிச்சு அவபேச நா நெனச்சேன்...!

ஆனால் அவனோ........

அவகைபிடிச்சு அவன் பேச வைச்சுட்டான்...!
அவள் நெனச்சு அழுகவா.....? இல்ல
அவளுக்காக சிரிக்கவா.....?
அதுவும் தெரியாம அகதியா நிக்குறேன்
அவ முன்னால்..!

<u>கருவண்டின் காதல்</u>

தடாத்திலே முன்னொரு பூபூத்தது....
நின்நின்ற பூவைக்கண்டு
கருவண்டொன்று
காதல் கொண்டது......!

கருவண்டும், கன்னிகொண்ட பூவும்
கடைக்கண் மாறாமல் கரைகடந்தது....!
இணைந்த காதலாக......? அல்ல
இணையமுடியா நட்பெனபாராமல் நகர்ந்தது.....!

இணைந்து நடந்தது இரு பாதம் - இதைக்கண்டு
சுற்றிநின்ற இயற்கைக்குள் ஏற்பட்ட தோர்வாதம்.....,
எண்ணாமல் பயணித்தது அந்த நாதம்....!

மதியில் மங்கி நின்ற கருவண்டு
காதலாக எண்ணி கவிபாடியது....!
செவிகேட்ட அந்த பூவோ, செவிசாய்க்காது நகர்ந்தது....!

வானமே வண்ணம் மங்கிவந்த வேளையில்
செவிசாய்க்கா பூவினால் வந்தொரு சேதி...!

பூவிற்கோ பூவைத்த பூவை பறிக்க
வேடனொருவனின் வருகை..!
கருவண்டுக்கோ அகத்திற்குள் கண்ணீரின் வருகை....!
வேடனின் வருகையோ பூவிற்கு புதுவிருந்தானது...!
கருவண்டிற்கு கண்ணீர்த் துளியானது....!

புத்தாடையோடு புதுமணத்திற்கு தயாராளாள்
அந்த பூவைத்த பூ...!

பூவைத்த பூவினால் எண்ணாமல் நடந்ததை
எண்ணியே வாழ்ந்து நகரத்துவங்கியது கருவண்டி
காதல்.....!

<u>அந்த நாள்...?</u>

மாறாத நினைவுகள்.....!

நான் கெழுத்து கொண்ட மாதத்திலே தோன்றியது,
அந்த ஐந்தெழுத்து கொண்டவளின்
மூன்றெழுத்து கொண்ட காதல்.....,

மூன்றாண்டுகள் மூன்றுயிர்களாக பயணித்த
மூன்றெழுத்து கொண்ட காதல்....,

மூன்றெழுத்து கொண்ட காதல்
மூன்றெழுத்து கொண்டவனால்
முடிவென்ற மூன்றெழுத்தை
தன்னுடைமையாக்கிக்கொண்ட நாள்...!

மூச்சுள்ளவரை உடனிருப்பே னென்றவள்
எந்தன் மூச்சடக்கிச் சென்ற நாள்....!

எதனால் சென்றாள்.......?
பணம் என்ற மூன்றெழுத்தை தேடியா...?
குணம் என்ற மூன்றெழுத்தை தேடியா...?
சுகம் என்ற மூன்றெழுத்தை தேடியா...? அல்ல
மதம் என்ற மூன்றெழுத்தை தேடியா...?

எதனால் சென்றாள் எதுவும் தெரியாது.

அவள் சொன்ன கதை

கட்டிலிலே கதை
சொல்வாள் என்றிருந்தேன்...!

ஆனால்

எந்தன் கல்லறையிலே
கதை சொன்னாள்
அவள் குழந்தையிடம்...!

<u>என்று தீரும்</u>

முகமலர்ந்து சிரித்த காலம் சென்று
அகம் மறைத்து சிரித்த காலம் வந்ததடா...!

அன்பை பொழிந்த ஆயிரம் உறவுகூட
இன்று அரவணைப்பு இல்லாமல்
எட்டிஉதைக்கும் காலம் வந்ததடா...!

சொல்லி அழ ஆளில்லாமல்
சொல்லிலே அழுதேனடா....!

எதார்த்தமாக பார்த்தால்கூட என்னடா? என்று
எரிச்சலோடு கேட்குதடா வாழ்க்கை...!

எட்டடுக்கு மாளிகை கூட என்னை
எட்டிநின்று பார்த்து ஏளனமாய் சிரிக்குதடா...!

மேகங்கள் கூட இவனோடு என்னடா என்று
மறைந்து சூரியனை காட்டி சுட்டெரிக்குதடா...!

அடங்கி நின்ற வயிறு கூட
பசியால் வாட்டியதடா...!

ஓடாக உழைத்த உடம்பு கூட
மெலிந்து நின்று உழைக்க மறுக்குதடா...!

படிப்பிலே நாட்டம் வந்ததடா....!
படிக்காமலே உயிரோட்டம் நின்றதடா...!

விழிதிறந்து உழைத்த விழிகள் கூட
விழிதிறந்து படிக்கையில் இமை மூடிக்கொள்ளுதடா...!

தடுமாறும் போது தாங்கிபிடித்த கைகூட
இன்று தடுமாற செய்யுதடா....!

மெய்யுறவே பகை வரவான போது
வெளியிறவு மட்டும் என்ன செலவாகிடுமா....?

எப்போது தான் தீருமடா இந்த காலம்.....?

அவளும் தமிழும்

காதலித்தேன்....!
அவளை காதலித்தேன்...!

கண்ணசைவில் கவிபாடி...,
இதழோடு இதழாக அவள்வைத்த முத்திரையில்
சித்திரை கடந்து நித்திரையில்லாமல் காதலித்தேன்...!

என் காதல் கண்டது ஓர் ஏற்றம்...!
அதனால் அவள்மேல் வந்ததோர் நாட்டம்...!

தயங்கி நின்று கண்டேன்
அவள் நடத்தையில் ஒரு மாற்றம்...!
என்னுள் வந்ததே ஓர் சீற்றம்...!
அதை வினவியது தான் எந்தன் குற்றம்...!
என் மேல் அவளுக்கு வந்தொரு காட்டம்...!
இதனால் அவள் மனதிலே எழுந்தொரு மாற்றம்...!
எனக்கோ ஏற்பட்டதொரு ஏமாற்றம்...!

தடுமாறி தவித்தேன்- அவளோ
தடம் மாறி புதிதாக தளிர்த்தாள்...!

அரவணைப்பில்லா அந்த நிலையில் என்னை
அரவணைத்தாள் எந்தன் "அன்னை தமிழ்"...!

கலங்கிய போது எந்தன்
விழிநீரை துடைத்தவள் எந்தன் "தூயத்தமிழ்"...!

அவளோ என்னை அவமதித்தாள்
அன்னைத் தமிழோ என்னை அலங்கரித்தாள்...!

இதழோடு இதழாகதைத்து அவள் தாராதின்பத்தை
இலக்கியத்தால் "இன்பத்தமிழ்" இவள் தந்தாள்...!

கலங்கி நின்றென்னை கவியாக்கினாள்
எந்தன் கன்னித்தமிழ்...!

செவிக்கவள் தராதின்பத்தை
"செம்மொழி" யானிவள் தந்தாள்...!

தாகம் தீரா எந்தனிமைமயை
"தனித்தமிழ்" யானிவள் தீர்த்தாள்...!

செவியோ டவள்குரல் கேட்டேன்...
பிறர் செவி கேட்க என்னை கவியாக்கினாள்
எந்தன் கர்வமில்லா காதல் தமிழ்...!

காதலிப்பேன்.....!
இன்றும் காதலிப்பேன்....!
என்றும் காதலிப்பேன்.....!
எந்தன் இமை மூடும் வரை காதலிப்பேன்....!
எந்தன் கலப்படமில்லா காதல் தமிழை மட்டும்...!

<u>புத்தகம்</u>

திறக்காத
தாள்களை திறந்து பார்..,
உன்னுள்
ஒன்றைத்திறந்து வைப்பேன்..,
புத்தகம்...!

இலக்கு

உனக்கான இலக்கை அடைந்தபின்
உனக்கான இதயத்தைத் தேடி கொள்
இமயம் கூட உனக்காக உதவிக்கு முன்வரும்..!

<u>எழுத்து</u>

வளைந்த
கோடுகளை வாசி..!
வாழ்க்கை
நேராகும்...!
எழுத்து

<u>செருப்பு</u>

சுமக்கும் முன்
கண்ணாடியினுள் இருந்தேன்..,

சுமக்கும் போது
காலடியில் இருந்தேன்...,

அனைத்தையும் சுமப்பதால்
என்னவோ இப்போது
அறுவெறுப்பாய் இருக்கிறேன்..,

<u>**தராசு**</u>

கவனமாக
அளந்து கொடுத்தேன்..!
கலப்படமுள்ள பொருட்களை..!
தராசு..,

<u>**தீயகுணம்**</u>

தீண்டக் கூடாது எல்லாம்
மறைத்து வைத்தேன்...!
இருக்க கூடாதது
எல்லாம்தெரிந்தது...!
அவமானத்தில் ஆடைகள்...!

அமரர் கல்கி

"பொன்னியின் செல்வன்" படைத்த புண்ணிவான்....
"பார்த்திபன் கனவு" கண்ட படைப்பாளி.....
"சிவகாமி சபதம்" ஏற்ற கற்பனைச் சிற்பி....
"அலை ஓசை" கேட்ட அன்னைத் தமிழின் தலைவன்.....
"தியாக பூமி" கண்ட தியாகி...
"கள்வனின் காதலி" -யை வடித்த கள்வன்....

படைபாளி நீ.......
நின்கண்ட படைப்பாள்
நான் கண்டேன் ஓர் கலியுகம்.,

நீயேற்ற நாவல்
எமக்கு அமைந்தது அது ஓர் காவல்.....
உமக்கு நான் என்றும் தலைவணங்குவேன்...

கவிப்பேரரசு

கவி ஆளும் கவிஞனுக்கு....!

ஏட்டெடுத்து நா படிச்சேன்
ஏறியதோ கொஞ்சம்.
உன் புகழ் பாட
என் எழுத்தா மிஞ்சும்...?

ஆண்டிபட்டி கணவாயில்
நீ விட்டு சென்ற மூச்சு – இன்று
அது தென்றலாய் வீசுதய்யா...!

வைகையிலே ஊர்மூழ்க...,
கண்ணீரிலே நீ மழ்க...,
அத நெனச்சு நா உருக...,

நீ உருண்ட அந்த கரையில
நானும் உருண்டு நின்னே – அதனால
உன் கவி வந்ததோ...?

மாலை நிழலுல வெட்டியா நின்னேன்...!
ஆனா நீயோ....
நிழலில் பாடி நின்ன....
பார் போற்றும் கவி ஆன...!

மண் வாசம் மாறல...,
சுத்தி நின்ன மலையழகு போகல...,
வெள்ளம் ஒன்னும் பாயல...,
வெட்டிபய நா நின்னு பாடுறேன்...,

உன் நெனப்பு போகல...,

உன்னளவு எழுத நா இல்ல..,
உன் மண்ண பாக்க உனக்கு நேரமில்லை...,

கோடி பேரு உன்ன சுத்தி நிற்க...,
கோபுரமா நீ ஓசந்து நிற்க...,
கோழி போல நா வந்தா
கொஞ்சிடவா முடியும்....?

வானம் உனக்கொரு சேதி தந்தது
நீ எனக்கொரு சேதி தருவாயா...?

அவளோட நின்னு பாடுறேன்...,
ஆண்டிபட்டி வருவேன்னு...!

இன்றைய ஆட்சி

பூவிலே ஒட்டா தேன் வைத்து
அவனைப் பூச்சியென மாற்றி
ஆட்சி செய்யும் தமிழகம்...!

சூதாட்ட அரசியல்

தூண்டிலில் சிக்கியவன்
எனைப் பிடிக்க
தூண்டில் வீசுகிறான்.!
சிரித்தவண்ணம் மீன்கள்...;

அச்சமில்லை மனமே

அச்சமில்லை மனமே............!

யார் மனதில் அச்சமில்லை ?
உந்தன் மனதிலா ? எந்தன் மனதிலா ? அல்ல
உலகிற்கு உணவளிக்கும் உழவன் மனதிலா ?

யார் மனதில் அச்சமில்லை தெரியுமா ? – அன்றோ

சுதந்திரத்திற்காக அகிம்சை வழியில் சென்ற
அய்யன் "காந்தியின்" மனதில் அச்சமில்லை...!

ஊரறிய ஆயுதம் ஏந்தி சென்ற
"நேதாஜியின்" மனதில் அச்சமில்லை...!

கவி மூலம் பாய்ந்து தாக்கிய
"பாரதியின்" மனதில்அச்சமில்லை...!

கனவு காணசொல்லி கனவாக சென்ற
"கனவு நாயகன்" மனதில் அன்று அச்சமில்லை...!

ஆனால் இன்றோ....

உழவன் உடையில்லாமல் போராடிய போது
ஏனென்று செவிசாய்க்காத தலைவர்கள்
அவர்தம் மனதில் அச்சமில்லை...!

ஆயிரம்கோடி கடன்பெற்ற கடங்காரன் – என்னால்
தரமுடியாது என்கிறானே அவன் மனதில் அச்சமில்லை...!

ஏழுவயது சிசுவை சீரழித்து ஆணவத்தோடு
அலைகிறார்களே அவர்கள்தம் மனதில் அச்சமில்லை...!

நாட்டையே சுரண்டி வாழும் சுயநலம் கொண்ட
மனிதர்களின் மனதில் அச்சமில்லை...!

அச்சமில்லை !! அச்சமில்லை !!
அச்சமென்பது இல்லையே...! – என்று
அய்யன் பாரதி பாடினானே
அது இவர்களுக்கு தானோ ?

இனியொரு விதி செய்வோம்

கொட்டித் தீர்த்தது பருவ மழை
எட்டி பார்த்தது எந்தன் நிலை
பாட்டி வைத்தியம் பாதியில் நிற்க
ஏட்டில் வந்ததற்கு காரணம் இதுதானோ...?

ஆங்கிலம் படித்தால் அறிவு வருமாம்
எங்கு பிறந்ததாம் இந்த அறியாமை
பங்கு போட வந்தார்கள் பலர்
எங்கும் உள்ள எங்கள் தமிழை...!

வேந்தர் பலராண்ட இடம் – அறிவற்ற
மாந்தர் பலர் ஆளும் இடம்...!
பெரியோர் பலர் பாவித்த இடம்...!
பெரியார் நற்கரு போதித்த இடம்...!

மணியென வாழும் மாந்தர் அருகே
பணிந்தோர் தாழ்ந்து நின்ற
துணிவோர் சாதித்து மாண்ட – எங்கள்
அணி சரித்திரம் அணியாக வகுத்து..,

நுனியில் நிற்கும் களையை நீக்கி
பனியாய் அறம் பொழிந்திட – சுவை
கனியென வாழும் எந்தமிழ் நிலத்திற்கு
இனியொரு விதி செய்வோம்....!

<u>விடியல்</u>

விடியல்
எல்லாம் வந்து
கொண்டே தான் இருக்கும்...!

முழித்தால்
நாள் வரும்...,

விழித்தால் தான்
உனக்கான நாள்வரும்...!

ஆங்கிலப் புத்தாண்டு

புத்தாண்டா.........?
அதிலும் ஆங்கிலப்புத்தாண்டா......?

எவருக்கு வேண்டும் இப்புத்தாண்டு...
என்னை அடிமையாக்கி எனக்குள் துளைத்த
அம்மொழி புத்தாண்டை நான் கொண்டாட
வேண்டுமா...?
எவரென்னைக் கொண்டாடப் சொல்லியுரைத்தார்....?

எழுசீர்களிலே உலகையே எட்டி பிடித்து நின்ற
ஐய்யன் வள்ளுவன் உரைத்தானா...? - அல்ல
தொன்மையில் வாழ்ந்த தொல்காப்பியன் உரைத்தானா...?

எம்மொழிக்கு மட்டுமே எந்தன் தலைவணங்கும்....!
எவன் மொழிக்கும் நான் வணங்கமாட்டேன்....!
என் தமிழ்த்தாயின் வளர்ப்பில் வளர்ந்தவன் நான்
என் மொழி தவிர வேறெந்த மொழிக்கும்
பணியமாட்டேன்....!

அண்ணத்திற்காக அடிமையாக இருந்தும் கூட
அவன்காட்டிய மொழி இன்று உமக்கு
அளப்பறியதாகிறது.....!
தரம்கொண்டு தரணியாண்ட எம்மொழி உமக்கு
தாழ்வானதா.....?

தமிழன் என்று திமிரோடு மார்தட்டிகொள்பவர்கள்
இப்புத்தாண்டிற்கு தரும் மதிப்பைஎம்
தமிழ் புத்தாண்டிற்கு தருவார்களா...?

தாயை தெருவில் விட்டுவிட்டு......,
தாயை நீராட்டி நடுவீட்டில் வைத்த சமூகமா இது...

பெற்ற தாயிற்கே இந்நிலையான போது..,
கற்ற தமிழுக்கு மட்டும்
கருவறை வைத்து கோவிலா கட்டிவிட போய்கிறார்கள்...?

அன்று பாட்டால் அடித்த பாரதியைப் போல்,
இன்று சாட்டையால் அடித்துச் சொன்னாலும்
இவர்களுக்கு தெரியாது....
"தமிழ்" தான் உந்தன் அடையாளம் என்று...!

தமிழ் புத்தாண்டு

ஊரெங்கும் வாழ்த்து கோலம்...,
புத்தாண்டெ ன்ற புது காலமாம்...,
இதுவே அறியாமையின் அவலம்...,
வரலாற்றை அறியாத அறிவினம்...,

பத்திரை போற்றும் தமிழா – வரலாற்றில்
முத்திரைபல கொண்ட உமக்கு சித்திரையா...?

நித்திரையில் இருந்து எழுந்து வா....
தன்மொழி பரப்பிய தல்லவா சித்திரை
உன்மொழி வரலாற்றை மறைத்தல்வா சித்திரை...,
இத்திரையை விலக்கி பார்....,

ஏட்டிலே உள்ளதைப் பார்....!
நாட்டிலே நடப்பதை பாராதே...!

விழித்திரையை திறந்து பார் தமிழா...!
சித்திரை அல்ல உந்தன் துவக்கும்...!
தரம் மாறாது தரணி யாண்ட முதல்வனுக்கு
தையே முதல் மாதம்...!

விதியென நிற்காதே,
விழித்து செயல் படு,

யார் துணை..?

காலற்றவனுக்கு
கைப்பிடி என்ற துணை உண்டு..!

ஆழ்கடலுக்கு
அலை பல துணை உண்டு...!

தலை சூட்ட பூவிற்கு
மணமென்ற துணை உண்டு...!

இரவிற்கு
நிலவென்ற துணை உண்டு...!

பகலிற்கு
பகலவன் துணை உண்டு...!

ஏன்.....
அறுபட்ட செருப்பிற்கு கூட
அறுபடாத செருப்பொன்று துணை உண்டு..!
ஆனால் எனக்கென்று யாருண்டு...?

எரிகின்ற நெருப்பிற்கு
வெளிச்சம் என்ற துணை வந்தது...!
எனக்கென்று யார் நின்றது..?

கூடையில் நின்ற பூ கூட
பாடையில் சென்றவனுக்கு துணை வந்தது...!
எனக்கென்று யார் வந்தது...?

தனிமையிலே காலம் வெந்தது...!
தடுமாறியே வாழ்க்கை போனது...!

<u>ஏக்கம்</u>

கலங்கிய மனதோடு.....,
காலம் தந்த நினைவோடு....,
கற்பனை என்ற துணையோடு....,
காலம் கழிக்க வந்தேன் கடற்கரையோடு..,

கடற்கரை தந்த காற்று.,
எந்தன் கவிக்கு தந்ததோர் ஊற்று...,
கலங்கி வந்தது எந்தன் கண்ணிலும் நீருற்று...,
வடியா அந்நீருற்று கவியிலே வடிந்தது..,

துணையில்லாமல் வந்தேன்
அன்றும் சரி.., இன்றும் சரி...,
துணையோடு பல நூறு கண்டேன்..,
கண்டு நொந்தேன்...,
பொறாமையால் அல்ல....,
பொத்தி வைத்த காதல் புலமாறியாதால்...,

நினைவை கரைக்கலாமென கடற்கரை வந்தேன்
கலங்கிய படி கரையிலே நின்றேன்....,
ஓடிவந்த அலைகூட எனைக் கண்டோடியது.
கரையைக் கழுவிய அலைகூட...
எனைக் கரைக்காமல் சென்றது...!

இதனால் மனதில் ஒரு ஏக்கம்....
அலையைச் சேர்த்த கடல் என்னையும் சேர்த்து
மறு நாளிலே கரைசேர்த்திடாதா....?
என என்மனம் ஏங்கியது....!

ஒருதலை காதல்

ஒருவரால்
அடைகாக்கப்பட்ட முட்டையும் சரி
அடைகாக்கப்பட்ட காதலும் சரி
ஒரு நாள் உடையும்...!

பொய் காதல்

எங்கு காரணங்கள்
வரிசைக் கட்டி அடுக்கப்படுகிறதோ...!
அங்கு வளர்ந்து நின்ற
காதல் கூட அறுக்கப்படுகிறது...,

<u>தமிழ் துணை</u>

பொறிக்கியெடுத்த காகிதத்தை
விரித்துப் பார்க்க நேரமில்லை...!

நேரம் பார்த்துப் பெற்ற நெஞ்சங்களை
நிமிர்ந்து பார்க்க வழியில்லை...!

வழியறிந்து சென்று வாங்கிய
வசனங்களை வாசித்தும் பசி தீரவில்லை...!

பசி தெரிந்தும் பாடும் நெஞ்சிற்கு
பனுவல் படிக்கும் நிலையில்லை...!

நிலையறிந்து நாடி நிற்கும்
நூலுக்கு கரம்கொடுக்க நாதியில்லை...!

நாதியில்லா வாழ்வில்
நாட்கள் பல போகுதடா...!

போகுமென நம்பி நானும் போக
வாழ்க்கையில் பல வாட்டுதடா..!

வாடியே போனேன்..!
வாழ்வை வாழ்ந்தேன்...!

வாழ்ந்த வாழ்வில்
வழித்துணையாய் வந்தது
வானுயர் கண்ட
வான்விட புகழ் கொண்ட
வையத்து முதல் மொழி

முச்சங்கம் கண்ட மூத்தமொழி...!

வழி வந்தேன்..,
தரணியாதெனக் கண்டேன்..,
தகுதி பல உணர்ந்தேன்...,

தரம் சில உயர்ந்தேன் – அன்று
தனியென நொந்தேன் – இன்று
தமிழே துணையென நின்றேன்...!

<u>வரலாற்றில் இடம் பெறு</u>

அறிஞன் மொழியில் சொல்ல அறிவில்லாததால்
கவிஞன் மொழியில் சொன்னேன்
ஒருகவிதை...!
அதுதேடி தந்ததொரு போதை....!

ஆம்., புகழ் என்பது ஒரு போதை...,
அதை அனுபவித்தவன்
அவன் துறையில் அவனொரு மேதை...,
அது இட்டுச்செல்லும் நற்பாதை...,
அதை வைத்து எழுதலாம் உனக்கான பல காதை...,

இவற்றின் இடையே நீ பார்க்க கூடாதது பேதை...,
பின் சென்றால் மாறுமே உன்பாதை....
அதில் தேறியவன் ஆவான் மேதை...,
திணறியவன் ஆவான் போதை...,

சிந்தித்து செயல் படு....,
வரலாற்றில் நீயும் இடபெறு...!

<u>உடம்பு</u>

சூட்டாலே வந்த வுடம்பு......!
கருவெனும் காட்டை விட்டு வெளிவந்து...,
தொட்டிலிலே போட்டு
பாட்டாலே வளர்ந்ததென்ன....,
வீட்டிலே நின்று விளையாடிய தென்ன..,

ஏட்டெடுத்து எட்டெட்டாகப் படித்து...,
நாட்டோடு நடை பழகி....
சமுதாய காட்டோடு கரைநகர்த்தி..
மனையெனும் கூண்டில் அடைபட்டு..,

கதையென நாட்கள் போக...,
விதையென வயது பல முதிர்ந்திட....,
நோயோடு பல நாள் கடக்க....,
வீட்டோடு அடைபட்டு கிடந்து....,

பாட்டோடு செல்ல நேரம் வந்து....,
காட்டிற்கு பயணம் செல்ல துவங்கி....,
சூட்டாலே வெந்ததடா இந்த உடம்பு....!

சூட்டிலே துவங்கிய வாழ்வு......,
சூட்டிலே முடிந்ததடா......!